ஓரிரவில் ஒரு ரயிலில்

கிழக்கு பதிப்பக வெளியீடுகளாக சுஜாதாவின் புத்தகங்கள்

மீண்டும் ஜீனோ
நிறமற்ற வானவில்
நில்லுங்கள் ராஜாவே
தீண்டும் இன்பம்
ஆஸ்டின் இல்லம்
அனிதாவின் காதல்கள்
நைலான் கயிறு
24 ரூபாய் தீவு
அனிதா இளம் மனைவி
கொலை அரங்கம்
கமிஷனருக்கு கடிதம்
அப்ஸரா
பாரதி இருந்த வீடு
மெரீனா
ஆர்யபட்டா
என் இனிய இயந்திரா
காயத்ரி
ப்ரியா
தங்க முடிச்சு
எதையும் ஒருமுறை
ஊஞ்சல்
ஓரிரவில் ஒரு ரயிலில்
மீண்டும் ஒரு குற்றம்
விக்ரம்
நில், கவனி, தாக்கு!
வாய்மையே சில சமயம் வெல்லும்
ஆ..!
வசந்த காலக் குற்றங்கள்
சிவந்த கைகள்
ஒரே ஒரு துரோகம்
இன்னும் ஒரு பெண்
6961
ஜோதி
மாயா
ரோஜா
ஓடாதே
மேற்கே ஒரு குற்றம்
விபரீதக் கோட்பாடு
ஐந்தாவது அத்தியாயம்
மலை மாளிகை
விடிவதற்குள் வா
மூன்று நாள் சொர்க்கம்
பத்து செகண்ட் முத்தம்
கம்ப்யூட்டர் கிராமம்
இளமையில் கொல்
மேகத்தை துரத்தியவன்
ஒரு நடுப்பகல் மரணம்
நகரம்
இதன் பெயரும் கொலை
மண்மகன்
தப்பித்தால் தப்பில்லை
விழுந்த நட்சத்திரம்
முதல் நாடகம்
ஆட்டக்காரன்
ஜன்னல் மலர்
என்றாவது ஒரு நாள்
வைரங்கள்
மேலும் ஒரு குற்றம்
சொர்க்கத் தீவு
கனவுத் தொழிற்சாலை
ஆயிரத்தில் இருவர்
பதினாலு நாட்கள்
உள்ளம் துறந்தவன்
பிரிவோம் சந்திப்போம்
கரையெல்லாம் செண்பகப்பூ
இரண்டாவது காதல் கதை
நிர்வாண நகரம்
குருபிரசாதின் கடைசி தினம்
இருள் வரும் நேரம்
திசை கண்டேன் வான் கண்டேன்
ஆழ்வார்கள் - ஓர் எளிய அறிமுகம்
தேடாதே
விருப்பமில்லாத் திருப்பங்கள்
விரும்பிச் சொன்ன பொய்கள்
கை
ஆதலினால் காதல் செய்வீர்
நூற்றாண்டின் இறுதியில் சில சிந்தனைகள்
அப்பா, அன்புள்ள அப்பா
மிஸ். தமிழ்த்தாயே, நமஸ்காரம்!
சிறு சிறுகதைகள்
வாரம் ஒரு பாசுரம்
வானத்தில் ஒரு மௌனத்தாரகை
கடவுள் வந்திருந்தார்
அனுமதி
ஓலைப் பட்டாசு
சேகர், சிங்கமய்யங்கார் பேரன்
கம்ப்யூட்டரே ஒரு கதை சொல்லு
டாக்டர் நரேந்திரனின் வினோத வழக்கு
நிஜத்தைத் தேடி
பாதி ராஜ்யம்
சில வித்தியாசங்கள்

ஓரிரவில் ஒரு ரயிலில்

சுஜாதா

கிழக்கு

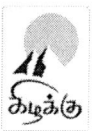

ஒரிரவில் ஒரு ரயிலில்
Orriravil Oru Rayilil
by Sujatha
Sujatha Rangarajan ©

Kizhakku First Edition: September 2010
40 Pages
Printed in India.

ISBN 978-81-8493-545-5
Title No. Kizhakku 543

Kizhakku Pathippagam
177/103, First Floor,
Ambal's Building, Lloyds Road,
Royapettah, Chennai 600 014.
Ph: +91-44-4200-9603
Email : support@nhm.in
Website : www.nhm.in

Cover Image : Shutterstock

Kizhakku Pathippagam is an imprint of New Horizon Media Private Limited

This book is sold subject to the condition that it shall not, by way of trade or otherwise, be lent, resold, hired out, or otherwise circulated without the publisher's prior written consent in any form of binding or cover other than that in which it is published and without a similar condition including this the rights under copyright reserved above, no part of this publication may be reproduced, stored in or introduced into a retrieval system, or transmitted in any form or by any means (electronic, mechanical, photocopying, recording or otherwise), without the prior written permission of both the copyright owner and the above-mentioned publisher of this book.

எனக்கு வியப்பாகவே இருந்தது. எப்படி அது? ஒரு பெண்ணை சந்திப்பாய் என்று சொல்கிறார். சொன்ன கையோடு ப்ளாட்பாரத்தில் தேவதை போல வருகிறாள் ப்ருந்தா. குருட்டாம்போக்கா? இல்லை, இதில் ஏதாவது சமாசாரம் இருக்கிறதா? என்னவோ கிரகங்கள் நிலை தளர்வதைப் பற்றிச் சொன்னாரே?

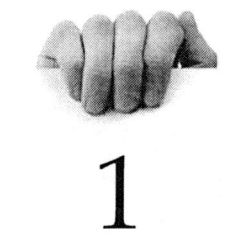

1

ஓரிரவில் ஒரு ரயிலில் உன்னைக் கண்டேன்
பார் முழுதும் ஊடுருவும் மின்னல் கண்டேன்

ஒரு ராத்திரியிலேயே ரயிலில் அவளைச் சந்தித்து, ஏறக்குறைய கல்யாண ஏற்பாடு வரை வந்துவிட்டது. இந்த இன்டர்நெட் யுகத்தில்கூடக் கொஞ்சம் வேகம்தான். அது தான் நடந்தது.

நான் யார், அவள் யார் என்பதைச் சொல்லு முன், உங்களுக்கு ஆர்.பி என்னும் ராஜ பண்டிதரை அறிமுகப்படுத்த வேண்டும். அவர்தான் நானும் அவளும் சந்திக்க மறை முகக் காரணம்.

ஆர்.பி இந்துக்களின் முக்கியமான தலைவர். அவர் கை அசைத்தால் அடிபணிய மத்திய மந்திரிகளும், பிர்லா மனைவிகளும், கோடீஸ்வரச் செட்டியார்களும், நாயுடுகளும் டால்மியாக்களும் காத்திருக்கிறார்கள். மாநில முதல்வர்கள் மந்திரி சபை மாற்றுமுன்,

கட்சியைப் பிளக்குமுன், பதவியைத் துறக்குமுன், அம்பானிகள் புதிய பெட்ரோகெமிக்கல் ஆலைகளைத் தொடங்குமுன், பல கட்டங்களில் ஆர்.பியை ப்ரைவேட் ஜெட் பிடித்து ஒரு நடை வந்து, ஓவர்நைட் சந்தித்து, ஒரு வார்த்தை கேட்டுவிட்டுத்தான் செய்வார்கள்.

இந்திய அரசியலின் மறைமுக சூத்ரதாரி என அவரைச் சொல்கிறார்கள். இதனால் அவருக்கு நண்பர்கள் ஏராளம். அவர் பரம சாதுவாக இருந்தாலும் அவரைச் சுற்றுப்பட்டவர்கள் வன்முறையில் பல வண்ணங்களில் கலந்தவர்கள். அதனால் அவருக்கு எதிரிகளும் ஏராளம். பின்னவர்களிடமிருந்து அவரைக் காக்கத்தான் நான்...

என் பெயர் அஷோக். ஐ.பி.எஸ் தேறின கையோடு சி.ஐ.எஸ்.எஃப், சி.ஆர்.பி.எஃப் என்று இலாகாக்கள் மாறி டில்லி 'ரா'வில் கொஞ்ச காலம் இருந்துவிட்டு, இப்போது மத்திய உள்துறையின் வி.ஐ.பி.செக்யூரிட்டி பிரிவில் போஸ்ட்டிங் ஆகி ஊர் ஊராகச் சாமியார்கள், அரசியல் தலைவர்கள், உச்சக்கட்ட மோசடிக்காரர்கள் பின்னால் அலையும் அபாக்கியன்

இப்போது ஆர்.பிக்குப் பாதுகாப்பாக பாண்டியனில் மதுரை வரை போகிறேன்.

நாளை அவரது பிறந்த தினத்தை ஆரவாரமாகக் கொண்டாடுகிறார்கள். முற்றும் துறந்தவருக்கு எதற்குப் பிறந்த நாள் விழா என்று கேட்கமாட்டேன். அது என் கவலை அல்ல. என் கவலை மதுரை ஜங்ஷன் வரை அவரைப் பத்திரமாகச் சேர்ப்பிப்பது. ஆர்.பியைப் பார்த்தால் இத்தனை சக்தியுள்ள ஆசாமி என்று தெரியாது. சாந்த சொரூபி. கருகருவென்று தாடி. கன்றுக்குட்டிக் கண்கள். ஊடுருவி மனசுக்குள் குடையும் பார்வை. எப்போதும் உலகத்தை நோக்கி ஒரு புன்னகை. என்னை நேசி என வற்புறுத்தும் குரல். மோகனமாகப் புன்னகைத்தார்.

'அலோ அஷோக், நீங்களும் வர்றீங்களா?' என்றார் ஒன்றுமே தெரியாததுபோல். 'உங்களுக்காகத்தானே வரேன் சுவாமி'

'எனக்காகவா?'

'உங்க மேல ஒரு த்ரெட் இருக்குதே, சொல்லியிருக்கோமே?'

‘யாருமே கொல்வதில்லைப்பா, நாயம் ஹந்தி நா ஹன்யதேன்னு கீதைல சொல்லியிருக்காப்பல. கொல்வான் என்று நினைக்கிற வனும், கொல்லப்படுவான் என்று நினைக்கிறவனும் இரு வருமே அறியாதவர்கள். இவன் கொல்வதுமில்லை, கொல்லப் படுவதும் இல்லை’ என்றார்.

‘அந்த மனநிலை எங்களுக்கெல்லாம் வர நாளாகும்’ என்றேன். முதல் வகுப்பு ஏசியில் அவருடைய கூப்பே கம்பார்ட்மெண்ட் டில் நுழையுமுன், ‘என் கடமையைச் செய்கிறேன் சுவாமி’ என்று பெட்டி, படுக்கைகளை மெட்டல் டிடெக்டரால் வருடினேன்.

‘செய்...செய்... பரமாத்மாகூட அதைத்தான் சொல்லியிருக் கிறார்.’

‘சுவாமிக்கு மினரல் வாட்டர் வாங்கிட்டு வரவா?’ என்றேன். கூட வந்திருந்த சிஷ்யர்களில் ஒருவர், ‘இருக்கு’ என்றார். சிஷ்யர்கள் அனைவரும் திடகாத்திரர்களாக இருந்தார்கள். ஒருவர் சுவாமிக்குப் படுக்கை போட்டார். பிறிதொருவர் கலர் கலராக மாத்திரைகளை எடுத்துக்கொடுத்தார். ஒருவர் பட்டுத் துணியைத் தென்னக ரயில்வே படுக்கைமேல் விரித்தார். ஒருத்தர் ப்ளாஸ்க்கி லிருந்து வெந்நீர் ஊற்றி ஹார்லிக்ஸ் போல எதையோ கரைத்து, கலக்கிக் கொடுத்தார்.

‘சுவாமி! நான் பக்கத்து காபினில்தான் இருக்கிறேன். செக்யூரிட்டி கார்ட்ஸ் எப்பவும் வெளிய நிப்பாங்க’ என்றேன்.

‘இதெல்லாம் சன்யாசிக்குத் தேவையே இல்லைன்னு எச்.எம் கிட்ட சொல்லியாச்சு.’

‘அதே மினிஸ்ட்ரிலதான தேவைன்னு நினைக்கிறாங்க சுவாமி’

‘என்னை, அவனைத் தவிர யாருப்பா அழைக்க முடியும்? மேல இருக்கிறானே பரம புருஷன், அவன்தான் என் மரணத்துக்குத் தேதி வெச்சிருக்கான். அதுக்கு முன்னாடி சில காரியங்கள் கொடுத்திருக்கான். அதைச் செய்யறவரை எதுவும் நடக்காது. இப்ப பெட்டி படுக்கையெல்லாம் மெட்டல் டிடெக்டர் வெச்சு தடவறே பாரு, அதுகூட அவன்தான் செய்யறான். எதாவது மிரட்டல் வந்ததா?’

‘இல்லை சுவாமி! உங்கள் பத்திரத்துக்குத்தான் கூட வர்றோம். நீங்க நிம்மதியா உறங்கலாம்.’

‘வேளை வரலைன்னா, யாராலயும் கொல்ல முடியாது. வேளை வந்தாச்சுன்னா ஒரு புல்லால்கூட என்னைக் கொல்ல முடியும். பரீக்ஷித்து மகாராஜா கதை தெரியுமா?’

‘கேட்டிருக்கேன்.’

‘சுவாமியுடைய ஜாதகம் யோக ஜாதகமாக்கும். ஆயுளாதிபதி தொண்ணூற்றாறு பிராயம் வரைக்கும் ஜீவிச்சு இருக்கிறதாக்கும்’ என்றார் ஒரு சீடர், மலையாளம் நனைந்த தொனியில்.

‘நீங்கள்ளாம் இங்க இருக்கக்கூடாது. அடுத்த கம்பார்ட்மெண்ட் போயிடுங்க. இவருக்குத் தேவையான மினிமம் ஜாமான்கள் விட்டுட்டு மற்றதை எடுத்துட்டுப் போயிர்றீங்களா? ஒரு எச்சரிக்கைக்குத்தான்.’

‘எனக்குத் தேவை கீதை மட்டும்தான்’ என்றார்.

உள்ளே தாளிடுமுன் வாயில்வரை வந்து என்னை மறுபடி கேட்டார். ‘ஏதாவது கலாட்டா எதிர்பாக்கறீங்களா?’ முகத்தில் கலவரம் ஏதும் இல்லை. யதார்த்தமாகத்தான் கேட்டார்.

‘இல்லைங்க, ஒரு ப்ரிக்காஷனுக்குத்தான். அபாயம் ஏதும் இருந்தா விழாவையே அனுமதித்திருக்க மாட்டோம்.’

‘நாளைக்குப் பெரிய ராலி மதுரைல நடக்கப் போறது.’

‘தெரியும் - ராஜமாணிக்கம் வராறா?’

‘ஆமாம் அவரும் கலந்துக்கறார். துரைவேலன் வர்றார். தமிழ் யோகி வர்றார். வடக்கேயிருந்து பிரதாப் போதார் ராஜசிங் வர்றார். பெரிய கூட்டம்.’

‘பசு வதையா?’

‘இல்லை லோக க்ஷேமத்துக்காக. தென்மாநிலங்களில் மழை பெய்யறதுக்கு, காவேரியில் தண்ணீர் பிரவகிக்கிறதுக்கு, கோவில்களில் கூட்டம் வர்றதுக்கு ஒரு யாகம், அப்றம் ஒரு ஊர்வலம். நீங்களும் கலந்துக்கணும். எனக்கு பகவான் வேற உத்தேசங்கள் வைத்திருக்கிறார். டிசம்பரில் ஆல் ரிலிஜன் எகுமீனிக்கல் கான்பரன்ஸ்ல வாஷிங்டனுக்கும் வாடிகனுக்கும் அழைச்சிருக்கார். மதுரையில என்கூட இருப்பீங்களா?’

‘இல்லை சுவாமி, மதுரை ஜங்ஷன்வரைதான் என் பொறுப்பு. அப்புறம் ஸ்டேட்ல பொறுப்பெடுத்துக்கறது சிபிசிஐடி. நான் அகர்தாலா போறேன். எஸ்.எஸ் உண்டா உங்க மதுரைக் கூட்டத்தில்?’

‘பேசப்படாது’ என்றார் சீடர்.

எஸ்.எஸ் என்பது சத்சங் என்கிற தீவிர அமைப்பு.

‘எனக்கு ஒரே ஒரு எஸ், சர்வேசுவரன்தான்’ என்று சிரித்தார்

‘இது என்ன பழுப்பா?’ என்றேன்.

‘பனங்கற்கண்டு’ ஒரு சீடர் பாலைக் கலக்கிக் கொண்டே.

‘சுவாமி, கார்டு ரெண்டு பேர் வெளியில நின்னு ராத்திரி விஸர்ஜனத்துக்குக் கூட வருவோம்’

‘பாவம், அவங்களுக்கு நித்திரை வேண்டாமோ?’

‘உங்க நித்திரைதான் முக்யம் சுவாமி, வரட்டுமா... பக்கத்தி லேயே இருக்கேன்.’

‘நம் எல்லாருடைய பக்கத்திலும் அந்த கோவிந்தன், கோவர்தனன் இருக்கான்பா, குன்றம் ஏந்திக் குளிர் மழை காத்தவன்’

‘பதினாலு பாஷை தெரியும் சுவாமிக்கு.’

‘கொஞ்சம் இருங்க அஷோக்...’ அவர் பட்டுப் பையிலிருந்து ஒரு ஆப்பிள் எடுத்து அதனுடன் ஒரு மஞ்சள் சரடு வைத்து எனக்குக் கொடுத்தார். என் உள்ளங்கையில் அதை வைத்து அழுத்தும் போது அந்த விரல் மெத்தென்று, திண்ணென்று இருந்தது.

‘நல்ல க்ஷேமமும், ஆரோக்கியமும் உனக்கு இருக்கிறது.’

‘சந்தோஷம் சுவாமி, நிம்மதியா படுத்துக்கங்க. எதுவும் பயமில்லை.’

‘உன் முகத்தில தேஜஸ் தெரியறது. உன் ராசி என்ன?’

‘டாரஸ்.’ ஆப்பிள் விபூதி வாசனை அடித்தது.

‘ரிஷபம். ஓ! இன்னைக்கு கிரகங்கள் இடம் மார்றது. ராத்திரி ஒரு பெரிய சந்தோஷம் வரப்போறது. உனக்கு திருமணம் ஆச்சா?’

‘இல்லை சுவாமி?’

‘உன் எதிர்கால மனைவியை இந்த ரயிலிலேயே சந்திக்கும் தருணம் வந்துவிட்டது. அந்தப் பெண் மூலம் உனக்கு மூன்று புத்திர பாக்யம் உண்டு. அதில் நடு மைந்தன் உலகப் புகழ் பெறுவான். இதைவிடப் பெரிய வேலை உனக்கு உண்டு. அந்தப் பெண்ணின் பெயர் இரண்டாவது எழுத்தில் ஆரம்பிக்கும்.’

நான் சிரித்துக்கொண்டேன். எனக்கு இதில் எல்லாம் நம்பிக்கை இல்லை என்று சொல்லி எதற்கு விவாதத்தைத் தொடங்க வேண்டும்?

‘உனக்கு நம்பிக்கை இல்லையா?’ என்றார் என் மனத்தைப் படித்து.

‘நம்ப விரும்பறேன் சுவாமி. இப்போதைக்கு கல்யாணமல்ல என் கவலை. உங்கள் பத்திரம்.’

‘எனக்கு பத்திரம் தர நீ யார்?’ என்றார் கோபமில்லாத அதட்டலுடன்.

‘உன் மனைவியுடன் என்னைத் தவறாமல் வந்து பார்’ என்றார்.

செல்வராஜ், அகஸ்டின் இருவரையும் ரைஃபிளுடன் நிற்க வைத்தேன். டி.டி.இ.யுடன் பேசி வெஸ்டிப்யுலை அடைத்து ஏசி ஸ்வீப்பரிலிருந்து யாரும் வராதபடிச் செய்தேன்.

‘நடுராத்திரியில திறக்கறதா இருந்தா எனக்குத் தகவல் சொல்லிட்டுத்தான் திறக்கணும். ஊருக்கு ஊர் சிஷ்யங்க வருவாங்க’ என்றேன்.

‘கவலையே படாதீங்க சார். இந்த சுவாமி இதே வண்டில மாதா மாதம் போறார். எங்களுக்கு ருட்டின் எல்லாம் அத்துப்படி. நல்ல ஆத்மா. யாரும் இவரைக் கொல்லமாட்டாங்க.’

கம்பார்ட்மெண்ட் விட்டு வெளியே வந்தேன். அவுட்லுக், வீக், குமுதம், ஜூவி இதழ்கள் வாங்கிக்கொண்டேன். தற்செயலாக ‘வீக்’ இதழில் அட்டைப் படத்தில் சுவாமி சிரித்துக் கொண்டிருந்தார். ஆர்.பி. கிங் மேக்கர் என்று மஞ்சளில் தலைப்பு. நெஸ்கஃபே வாங்கிக் குடித்தேன். அவசரத்தில் உதட்டைச் சூடு போட்டது. ரயில் புறப்பட சமயம் இருந்தது. ப்ளாட்பாரம் வெறிச்சென்று இருந்தது. பயிற்சி பெற்ற கண்களால் வருடினேன். எல்லாரும்

உண்மையான பிரயாணிகள். கூஜாவுடன் மாமி, பார்பிடால் சிறுமி, விரல் தொட்டு ஓடிவரும் சிறுவன், டிடி பின்னால் பர்த்துக்கு ரப்பர் தலையணையுடன் அலையும் மொத்த வியாபாரி. திறந்த சன்னல் வழியே மனைவியுடன் பேசாதிருக்கும் மௌனக் கணவன், தயிர்சாதப் பாக்கெட்டுகள் விற்காமல் சோர்ந்து நொண்டி பெஞ்சில் அடுக்கும் வெண்டர், தலைப்பாகையை உதறிவிட்டு குடிக்கச் செல்லும் முதிய போர்ட்டர். பயணிகள் எல்லாரும் ரயிலேறி விட்டார்கள். ரயில் எதற்காகவோ காத்திருந்தது. 'அஷோக்' என்று குரல் கேட்டுத் திரும்பினேன்.

அந்தப் பெண் நின்றுகொண்டிருந்தாள்.

'நீங்க, நீங்க... பாத்த மாதிரி இருக்கு, ஸாரி!'

'ப்ருந்தா, கமல்நாத்துடைய சிஸ்டர்.'

'ஓ, நீங்களும் இந்த ட்ரெய்ன்ல வர்றீங்களா?'

'ஆமா, செகண்ட் ஏசியில இருக்கேன். நீங்க?' என்றாள்.

'நான் பக்கத்தில்தான் எச் ஒன்ல ஒரு சாமியாருக்குப் பாதுகாப்பாப் போறேன்.'

'பார்த்தேன். ஏகப்பட்ட காவி ஆசாமிங்க. நீங்க போலீசா அஷோக்?'

'ஆமாம். ஐ.எஸ் பிரிவுல சூப்ரண்ட். நீங்க?'

'நீங்கன்னா வயசான மாதிரி இருக்கு. நீன்னே கூப்பிடலாம். நான் இன் பிட்வீன் ஜாப்ஸ். நான் ஒரு மேனேஜ்மெண்ட் கன்சல்டண்ட். சாமியார் பேர் என்ன?'

'ராஜ் பண்டிட்.'

'கல்யாணம் ஆய்டுச்சா?'

'அவருக்கா?'

'இல்லை, உங்களுக்கு.'

'இல்லை. மதுரைல என்ன நீங்களும் ராலியா?'

'சேச்சே, மதுரைல எங்க மாமாவுக்கு அறுபதாம் கல்யாணம், அதுக்குப் போறேன்.'

'கமல் வந்திருக்கானா?'

அவள் முகம் சட்டென்று மாறியது. 'கமல் இறந்துட்டானே போன செப்டம்பர்ல... தெரியாது?'

'ஓ மை காட்! ஐம் ஸோ சாரி. நான் அப்ப மவுண்ட் அபுல டிரெய்னிங்ல இருந்தேன். வெரி ஸாரி. என்னாச்சு?'

'புறப்படற சமயத்தில ஞாபகப்படுத்திக்க விரும்பலை. மதுரைல சாவகாசமாச் சந்திக்கலாமே' என்றாள்.

'நான் மதுரைல தங்கலை. உடனே புறப்படறேன். ஃப்ரீயா இருக்கறப்ப கம்பார்ட்மெண்ட் வந்து பாக்கறேன்.'

'உங்க கடமை?'

'சாமியாரைப் பாத்துக்க பத்து பேர் இருக்கோம், கலாஷ்நிக்காவ் சகிதமா' என்றேன். 'ரயிலே எங்களுதுதான். இப்ப பர்த் நம்பர் சொல்லுங்க.'

அவளைக் கடைசியில் ஒரு கல்யாணத்தில் பார்த்ததன் தொடர்ச்சி இப்போது மனசில் கிடைத்துவிட்டது. செதுக்கிவைத்தாற் போல முகம், சற்று எடை அதிகம், இரண்டு கிலோ இழக்கலாம். நெற்றி யில் தவழ்ந்த கூந்தல், அடர்த்தியாக குட்டையாக இருந்தது. கண்கள் தயக்கமில்லாமல் விகற்பமில்லாமல் நோக்கின. நகைகள் ஏதும் இல்லாத எளிமை, வெளிர்நீலச் சட்டையும், அதே நீல ஜீன்ஸும் அணிந்திருந்தாள். 'ஃபெமினா'வுடன் கையில் The Poems of Ancient Tamil என்ற புத்தகம் வைத்திருந்தாள்.

சிக்னல் அம்பருக்கு மாறியது. 'பயணிகள் கவனத்திற்கு' என்று எதிரொலித்து, மணியடித்தது. 'செங்கல்பட்டு, விழுப்புரம், திருச்சி மார்க்கமாக மதுரை செல்லும் பாண்டியன் எக்ஸ்பிரஸ்...'

அவள் 'ஸீ யூ' என்று தன் பெட்டிக்குள் ஏறும் போதுதான் எனக்கு அவள் பெயர் உறைத்தது. பிருந்தா. பி! இரண்டாவது எழுத்து!

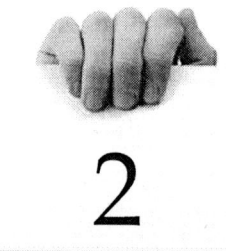

வண்டி புறப்பட்டு வேகம் பிடித்தது. சபர்பன் ரயில் நிலையத் தீற்றல்கள் விரைவாக மறைய, ரயில் பெட்டியின் இடைகழிக்கு வந்து சிகரெட் பிடித்தேன். என்னைப் பார்த்ததும் ஜவான் விறைப்பாக சல்யூட் அடித்தான். கல்யாணம் ஆனதும் நிறுத்திவிடலாம் என்று மிச்சம் வைத்திருக்கும் பழக்கம். வேலையில் ரொம்ப டென்ஷன், அதனால்தான் சிகரெட் குடிக்கிறேன் என்று நண்பர்களிடம் நொண்டிச் சாக்கு சொல்லிக் கொண்டிருக்கிறேன். இதைவிட டென்ஷன் பார்ட்டிகள் எல்லாம் குடிப்பதில்லை. முழுக்க முழுக்க ஒழுக்க முள்ளவனாக இருக்க முடியாது, கூடாது என்பது என் கொள்கையில் ஒன்று. நிறுத்த முடியாத, பிடிவாதமான பழக்கமல்ல. ப்ருந்தா மாதிரி ஒரு பெண் சொன்னால் நிறுத்தலாம்.

சுவாமி சொன்னது சிந்திக்க வைத்தது. 'உன் எதிர்கால மனைவியை இந்த ரயிலிலேயே சந்திக்கும் தருணம் வந்துவிட்டது. அந்தப்

பெண் மூலம் உனக்கு மூன்று புத்திர பாக்யம் உண்டு. அதில் நடு மைந்தன் உலகப் புகழ் பெறுவான். இதைவிடப் பெரிய வேலை உனக்கு உண்டு. அந்தப் பெண்ணின் பெயர் இரண்டாவது எழுத்தில் ஆரம்பிக்கும்.'

ப்ருந்தா. பி. இரண்டாம் எழுத்து.

ஆங்கிலத்தில் அல்லவா இரண்டாம் எழுத்து? சுவாமி சொன்னது தமிழ் எழுத்தா? ஆங்கில எழுத்தா? தமிழ் என்றால் 'ஆ'வில் தானே தொடங்கவேண்டும? தமிழில் 'ஆ'வில் நிறைய பெயர்கள் இல்லயே... ஆனந்தி, ஆண்டாள், ஆதிரை. ம்ஹூம்! இவ்வாறு தாறுமாறாக யோசித்தேன். ஆனால் எனக்கு வியப்பாகவே இருந்தது. எப்படி அது? ஒரு பெண்ணை சந்திப்பாய் என்று சொல்கிறார். சொன்ன கையோடு ப்ளாட்பாரத்தில் தேவதை போல வருகிறாள் ப்ருந்தா. குருட்டாம்போக்கா? இல்லை, இதில் ஏதாவது சமாசாரம் இருக்கிறதா? என்னவோ கிரகங்கள் நிலை தளர்வதைப் பற்றிச் சொன்னாரே?

சிகரெட்டை அணைத்துத் திணித்துவிட்டு இருக்கைக்கு வந்தேன். நான் உப அதிகாரியுடன் உட்கார்ந்திருந்தது முதல் வகுப்பின் பி காபினில்; சி காபினில் சுவாமி தனியாக இருந்தார். கூப்பேயில் அவர் மட்டும்தான். உள்ளே தாளிட்டுக் கொண்டிருக்கிறாரா? சோதிக்க ஒரு முறை சென்று பார்த்தேன். திறந்துதான் வைத்திருந் தார். தலைமாட்டு விளக்கைப் பொருத்திக்கொண்டு சாய்ந்த நிலையில் புத்தகம் படித்துக் கொண்டிருந்தார். படிக்கும் கண்ணாடி மூக்கு நுனியில் அபத்திரமாக உட்கார்ந்திருந்தது.

'சுவாமி! நீங்க கதவை உள்ளே சாத்திக்கிடறது நல்லது' என்றேன்.

'நீ பக்கத்து காபின்ல இருக்கிறபோது எனக்கு என்ன அபாயம்? படிக்காமல் தூங்க முடியாது. ஒரு தடவை பாத்ரூம் போய் விட்டுத் தூங்குவேன். பல் விளக்கவேண்டும். வா உட்கார்' என்று அருகில் தட்டினார். நான் உட்காரவில்லை.

'என்ன தயங்குகிறாய்? ஏதாவது கேட்க விரும்புகிறாயா?' என்றார்.

'சுவாமி நீங்கள் எந்த ஆதாரத்தில் சொன்னீர்கள்?'

'என்ன சொன்னேன்?'

'என் எதிர்கால மனைவியைச் சந்திப்பேன் என்று...'

'சந்தித்தாயா?'

'என் பழைய நண்பன் ஒருவனின் தங்கையை நீண்ட நாளைக்குப் பின் சந்தித்தேன். இதில் வேடிக்கை என்னவென்றால், அவள் பெயர் ப்ருந்தா. ஆங்கிலத்தில் இரண்டாம் எழுத்து. நீங்கள் சொன்னது ஆங்கிலத்திலா, தமிழிலா?'

புன்னகைத்தார். 'பகவானுக்கு பாஷை முக்கியமில்லை. ஏதாவது மொழியில் இரண்டாவது எழுத்தாக இருந்தாலே சர்வேசுவரனுக்குச் சம்மதம்.'

'நீங்கள் எப்படிச் சொன்னீர்கள்?'

'நான் சொல்லவில்லை. அவன் சொல்ல வைக்கிறான். என் மூலம் அவன் வாக்கு உனக்குக் கேட்கிறது. அந்தப் பெண் இந்த வண்டியில் வருகிறாளா?'

'ஆம், அடுத்த பெட்டியில் இருக்கிறாள்.'

'வர வேண்டியது விதி. அழைத்து வாயேன், பேசலாம்.'

'இப்போது வேண்டாம். எல்லாக் கதவுகளும் அடைத்தாயிற்று.'

'சரி, சந்தர்ப்பம் வந்தே தீரும்'

'சுவாமி நான் அதிகம் ஆன்மிகம் அறியாதவன், படித்ததெல்லாம் ஃபாரன்ஸிக் சைன்ஸ், சட்டம், கொலை, கொள்ளை, பறிமுதல், ஜூரிஸ்புருடன்ஸ், பொருளாதாரக் குற்றங்கள் இப்படி. ஆன்மிகத்துக்கு எனக்கு சமயம் கிடைக்கவில்லை. புரிவதும் இல்லை. உங்கள் வாக்கு இவ்வளவு சீக்கிரம் பலித்ததிலிருந்து இது என்ன என்று தெரிந்துகொள்ள ஆசை ஏற்பட்டுள்ளது.'

'என்ன தெரிந்துகொள்ள விரும்புகிறாய்?'

'உண்மையை.'

சுவாமி தன் அருகே வைத்திருந்த ஒரு பழத்தை எடுத்து-

'இதன் உண்மை என்ன?'

'இது ஒரு பழம் என்பது.'

'அது ஒரு உண்மை. மற்றொரு உண்மை, இது ஏதோ ஓர் ஊரில், ஒரு நிலத்தில், ஒரு மரத்தில் கனிந்தது என்பது. மற்றது இதன் வேதியியல் உண்மை. ஆர்கானிக் மாலிக்யூல். இன்னொரு உண்மை இதன் டி.என்.ஏ அமைப்பு. ஆனால் உண்மையான உண்மை இது ஓர் உயிர் என்பது. நம்மாழ்வார் சொன்னதுபோல் எல்லாம் பிரான் உருவே என்பதே.'

எனக்குப் புரியவில்லை. மையமாகச் சிரித்தேன்.

'புரியவில்லையல்லவா? பரவாயில்லை. நான் சொல்ல வந்தது நம் பிரபஞ்சத்தின் ஒவ்வொரு கணமும் அவனால் நிர்ண யிக்கப்பட்டது. இவன் மரணம், அவன் ஜனனம், என் மரணம், உன் திருமணம் எல்லாமே தீர்மானிக்கப்பட்டது.'

'நீங்கள் டிடர்மினிஸம் பேசுகிறீர்கள் என நினைக்கிறேன்.'

'இல்லை, எதிர்காலத்தை நிகழ்காலத்தால் மாற்றவே முடியாது. மாற்றுவதாக நாம் செய்வதெல்லாம் பாசாங்குதான். அந்தப் பாசாங்கு இல்லையெனில் நம்மால் இயங்க முடியாது. குறிக்கோள் இன்றித் திரிவோம். யோசித்துப்பார். கீதையில் ஞானயோகத்தில் சொல்லியிருக்கிறது. பல்லாயிரம் மனிதர்களில் ஒருவனே யோக சித்தி அடைய முயல்கிறான். அப்படி முயன்று சித்தி அடைந்தவர் பலரில் யாரோ ஒருவனே என்னை உண்மை யாக அறிகிறான் என்று பகவான் சொல்லியிருக்கிறார்.'

அவர் பேசியது புரிந்ததோ இல்லயோ, சொன்ன பாணியும் வசீகர மான ஆழ்ந்த குரலும் என்னை ஸ்பரிசித்து மெஸ்மரிசித்தன. ஏன் பலர் அவர் பின் அலைகிறார்கள், பின்பற்றுகிறார்கள் என்பது ஒருவாறு புரிந்தது. சித்தி பெற்ற அந்த ஒருவர் அவர்தானோ என்று தோன்றியது. அவரைப் பத்திரமாகப் பாதுகாக்க வேண்டும். அவரை ஏன் சிலர் எதிர்க்கிறார்கள் என்பதுதான் புரியவில்லை. கேட்டுவிட்டேன்.

'சுவாமி மன்னிப்பதாக இருந்தால் உங்களை ஒன்று கேட்கலாமா? இத்தனை மகானான உங்களுக்கு ஏன் பாதுகாப்பு தேவைப்படும் அளவுக்குக் கொலை மிரட்டல்?'

அவர் புன்னகைத்தார். 'சரித்திரத்தில் எல்லா மகான்களுக்கும் உள்ளதே! கொலை மிரட்டல் இல்லாத மகான்களே இல்லை. சீஸர் ரத்தம் சிந்திய இடத்தில்தான் ரோஜா மிகச் சிவப்பாக

பூக்கும் என்று உமர் கய்யாம் கவிதை ஒன்று உள்ளது. இதை யோசித்துப் பார். இதைப்பற்றி எனக்குக் கவலையோ, பயமோ இல்லை. 'பயக்ருத் பய நாஸனஹ' என பயத்தைத் தருபவனும் நீக்குபவனும் பகவான் ஒருவனே. என்னைப் பாதுகாக்கும்போது நீங்கள் உங்களைத்தான் பாதுகாத்துக்கொள்கிறீர்கள்.'

'எப்படி?'

'உங்கள் டிப்பார்ட்மெண்டால் பாதுகாப்பு அளிக்க இயல வில்லை என்கிற அவச்சொல்லிலிருந்து காப்பாற்றிக் கொள்கிறீர் கள். சன்யாசிக்கு மரணம் உண்டு. ஆனால் மரண பயம் இல்லை.'

'தாங்கள் பெங்களூரில் பேசிய பேச்சு ஒன்றுதான் ஒரு வன்முறைச் சம்பவத்துக்கும் துப்பாக்கிச் சூட்டால் சில சாவுகளுக்கும் காரணம் என்று எங்கள் மினிஸ்ட்ரியின் குறிப்புகள் உள்ளன.'

'அனைத்துக்கும் காரணம் அவனே. மேலும் யாரும் சாவதில்லை' என்றார் அவர்.

'அந்தப் பக்குவம் எங்களுக்கு இல்லை சுவாமி...'

அவரிடமிருந்து விடை பெறும்போது, 'சுவாமி, நீங்க என்னதான் சொன்னாலும் கதவைச் சாத்திக்கிட்டுத்தான் தூங்கணும்' என்றேன்.

'கவலைப்படாதே. அழைப்பு எப்போது வரும் என்பது எனக்குத் தெளிவாகவே உள்ளது.'

திரும்ப என் கேபினுக்கு வந்தபோது அவர் வார்த்தைகள் என்னுள் எதிரொலித்தன.

'அழைத்து வாயேன்.'

தூக்கம் வரவில்லை. மணி பார்த்தேன். பதினொன்று. ப்ருந்தாவைப் பார்க்கவேண்டும் போல இருந்தது. கமல்நாத்தைப் பற்றிக் கேட்கவேண்டும். அடுத்த பெட்டியில்தான் இருக்கிறாள். இடைக் கதவு அடைத்திருந்தாலும் நான் சொன்னால் திறப்பார்கள். 'ரத்தினம், அரைமணியில் வர்றேன். முழிச்சுக்கிட்டிருங்க' என்று சொல்லி விட்டு இரண்டு பெட்டிகளின் இடையே உள்ள கதவை கண்டக்டரிடம் திறக்கச் சொன்னேன். 'தெரிஞ்சவங்க அடுத்த பெட்டியில இருக்காங்க. சார்ட்டைக் காமிங்க.'

சார்ட்டில் ப்ருந்தா குமார் என்று பெயர் போட்டிருந்தது. (ஃபீமேல், 25) குமார் என்பது அப்பா பெயர் என்று ஞாபகம். சன்னலோரம் நீளவாக்கில் இருந்த கீழ் பர்த்தில் முழந்தாளிட்டு யோசனையுடன் உட்கார்ந்திருந்தாள். சன்னல் கண்ணாடியில் அழகாகத் தெரிந்தாள். ஏசி குளிருக்கு சர்க்கார் போர்வை போர்த்தி யிருந்தாள்.

'ஹாய் ப்ருந்தா' என்றேன்.

என்னைப் பார்த்ததும் அவள், முகம் மலர்ந்து இயல்பாகப் புன்னகைத்தாள். 'வாங்க, ஏன் வந்துட்டிங்க? சாமியார் பத்திரமா இருக்காரா?'

'ஹி இஸ் ஸேஃப். நிறையப் பேசினோம்.'

'அப்படியா...'

'என்ன என்னவோ சொல்றார். கீதையிலிருந்து உமர் கய்யாம் வரை நிறையப் படிச்சிருக்கார்'

'இம்ப்ரெஸ் ஆயிட்டிங்களாக்கும்?'

'நான் அதில் இம்ப்ரெஸ் ஆகலை. உன்னை நான் எக்மோர்ல சந்திக்கப் போறதை முன்னாடியே சொல்லிட்டாரு.'

'அப்படியா? ஆச்சரியமா இருக்குதே, பேர் சொன்னாரா?'

'இல்லை, தப்பா நினைச்சுக்காதே, அவர் சொன்னது எக்ஸாக்டா என்னன்னா... 'நீ உன் எதிர்கால மனைவியைச் சந்திக்கிற வேளை வந்துருச்சு. அவ பேரு இரண்டாவது எழுத்திலே ஆரம்பிக்கும்.' இதை கேட்டுட்டு வெளியே வர்றேன். உன்னை நாலு வருஷம் கழிச்சுப் பார்க்கறேன்'

'என் பேரும் ப்ருந்தா, ஹௌ ஸ்ட்ரேஞ்ச்!'

'ஆமா! பேரும் ப்ருந்தா. இதுக்கு என்ன சொல்றே? மூணு குழந்தைகூடப் பிறக்குமாம். இரண்டாவது மகன் உலகப் புகழ் பெறுவானாம்.'

என் முகத்தருகே வந்து சதிப்பார்வை பார்த்து கண்களில் ஓர் உவகை பொங்க, 'என்ன சொல்றீங்க? இங்கேயே கல்யாணம் பண்ணிக்கிடலாமா?' என்றாள்.

'ஜோக்ஸ் அபார்ட், அவர் சொன்னதில் நான் ஆடிப் போயிட்டேன்'

'ஐ திங் இட்ஸ் ஜஸ்ட் எ கோயின்ஸ்டன்ஸ்.'

'நீ அவரை மீட் பண்ணி ஆகணும். ரிமார்க்கபிள் மேன்!'

அவள் மையமாகச் சிரித்தாள்.

'கமல் எப்படி இறந்து போனான்?'

'அதைப் பற்றிப் பேசவே விருப்பமில்லை. பயமாக இருக்கிறது. அந்தத் துக்கத்தின் அதிர்ச்சி ஒரு வருஷமாகியும் விலகவில்லை. அதிலிருந்து மீளத்தான் இப்படி மாமா அறுபதாம் கல்யாணத்துக்கு எல்லாம் மெனக்கிட்டுப் போய்க் கொண்டிருக்கிறேன். ரூமில் தனியாக இருந்தால் கமல் என்னைத் துரத்துகிறான் - நினைவுகளால்...'

அவள் கண்களில் நீர் நிறைந்தது. 'அப்பா இல்லாத எங்களுக்கு அவன்தான் எல்லாமாக இருந்தான். அநியாயமாகச் செத்தான்.'

'சுவாமி சொல்கிறார், யாருமே சாவதில்லை என்று. அவரிடம் உனக்கு ஆறுதல் கிடைக்கலாம். சொல்லிப் பாரேன்?'

அவள் யோசித்தாள். 'நிம்மதி கிடைக்கும் என்கிறீர்களா?'

'நிச்சயம்...'

'நம் இருவருக்கும் கல்யாணம் கில்யாணம் பண்ணிவைத்துவிட மாட்டாரே?'

'பண்ணி வைத்தால் என்ன... பண்ணிக் கொள்ளலாமே...'

'போலீஸ்காரரையா? நோ வே' என்று சிரித்தாள். அந்தச் சிரிப்பில் லேசான சம்மதமும் விருப்பமும் இருந்தது. என் மனம் துள்ளியது. சுவாமி சொன்னது பலிக்கப்போகிறது என்று உள்ளுக்குள் ஊர்ஜிதமாகிவிட்டது.

அவளை அழைத்துக்கொண்டு காரிடாரில் நடந்து கடந்து வந்தேன். வண்டியின் ஆட்டத்துக்கு என் கையை இயல்பாகப் பிடித்துக்கொண்டாள். என்னுள் அட்ரினலின் பாய்ந்தது. முதல் வகுப்புப் பெட்டிக்கு வந்தோம். ஏமாற்றம். சுவாமியின் கேபின்

கதவு உள்ளே தாளிடப்பட்டிருந்தது. தட்ட விருப்பமில்லை. 'தூங்கி விட்டார். காலை மதுரை ஜங்ஷனில் பார்க்கலாம்' என்றேன் . கதவு சட்டென்று திறந்தது.

'சுவாமி, நீங்கள் இன்னும் தூங்கவில்லையா?'

'பேச்சுக் குரல் கேட்டது...'

'மன்னிக்கவும் சுவாமி, நான் சொன்னேனே இதுதான் ப்ருந்தா.'

'வா ப்ருந்தா. நீ வருவாய் என எனக்குத் தெரியும்' என்று அவளை அன்புடன் அழைத்தார்.

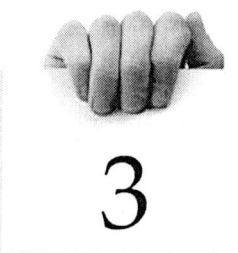

3

மூன்று பேருக்கும் அந்த கூப்பே நெருக்கமாக இருந்தது.

'சுவாமி, உங்களுக்கு இப்படிப் பின்னிரவில் தொந்தரவு கொடுக்கிறோமே' என்றேன். ப்ருந்தா அவர் காலைத் தொட்டு வணங்கி விட்டுக் காலடியில் உட்கார்ந்தாள்.

'நீதான் ப்ருந்தாவா?'

அவள் தலையசைத்தாள்.

'உன் முகத்தில் சோகம் தெரிகிறது.' என்றார்.

நான் குறுக்கிட்டு, 'சுவாமி! இந்தப் பெண் என் நண்பனின் தங்கை. அவன் பெயர் கமல்நாத், அவன் இறந்துபோன துக்கத்திலிருந்து இவளுக்கு முழு ஆறுதல் கிடைக்கவில்லை என்று எனக்குத் தெரிகிறது. அவனை நினைத்தாலே கண்ணீர் பெருகுகிறது பாருங்கள். இவளுக்கு ஆறுதலாகச் சில வார்த்தைகள் சொல்லத்தான் அழைத்து வந்தேன்' என்றேன்.

ப்ருந்தா, 'காலையில் வருகிறேன். இப்போது என்னை ஆசிர் வதித்தாலே போதும். சுவாமி தூங்கட்டும்' என்றாள். சுவாமி, 'இரு' என்று சொல்லிவிட்டுக் கொஞ்ச நேரம் தியானித்தார்.

'பெண்ணே! மரணத்தின் சோகத்திலிருந்து ஆறுதல் பெற மனப்பக்குவம் வேண்டும். மரணம் என்பது என்ன என்பதை நீ அறியவேண்டும். அது என்னவென்று நீ நினைக்கிறாய்?'

அவள் யோசித்து, 'முழுமையான அழிவு, டோட்டல் அனைஹிலேஷன் என்று அறிவியல் சொல்கிறது' என்றாள்.

அவர் புன்னகைத்தார். 'அது தப்பு. கொஞ்சம் விளக்குகிறேன். கவனமாகக் கேள். மரணம் முழுமையான அழிவு என்பது ஒரு முக்கோணத்தின் கோணங்களைக் கூட்டினால் எப்போதும் 180 டிகிரி என்னும் கணித உண்மை போல சாசுவதமான சத்தியமா? இல்லை. நம்முடைய தன்னுணர்வு, கான்ஷ்யஸ்னஸ் என்கிறார்களே, அது, மரணத்துக்கு அப்பாலும் தொடர்கிறது என்பதுதான் சத்தியமா? சொர்க்கம், நரகம் என்னும் பரிசும் தண்டனையும் நமக்காக மரணத்துக்கு அப்பால் காத்திருக்கின்றனவா? இவ்வாறான சந்தேகங்கள் நம்முடன் எப்போதும் இருக்கும். காரணம், மரணத்துக்குப்பின் எதுவும் இல்லை என்றால் தொடர்ந்து உயிர்வாழ்வதில் அர்த்தமே இல்லை. இதற்காக வாவது மறுபிறவியில் நம்பிக்கை வேண்டும்.

'ஆனால், இதற்குச் சரியான விளக்கம் கீதையில்தான் இருக்கிறது. ஆத்மாவைப் பற்றி அது சொல்கிறது என்ன? ஆத்மா ஒருகாலும் பிறக்கிறது என்பதில்லை. முன்பு இருந்து பின்பு இருக்காது என்பதில்லை. இது பிறப்பற்றது, என்றும் உள்ளது, என்றென்றும் ஒரே விதமாக இருப்பது-

'இதனை ஆயுதங்கள் வெட்டுவதில்லை, நெருப்பு எரிப்பதில்லை, ஜலம் நனைப்பதில்லை. நாசமற்றது என்று அறிகிறவன் யாரையும் கொல்வதில்லை, யாரையும் கொல்விப்பதும் இல்லை என்கிறார் பகவான் அர்ச்சுனனிடம். எனவே உன் சகோதரன் இறக்கவில்லை, அவன் ஆத்மா அழியவில்லை என்று கொள். அவன் தேகம்தான் மாண்டது. கிழிந்த வஸ்திரங்களை எறிந்துவிட்டு தூய வஸ்திரங்களை அணிவது போலத்தான் பிறப்பும் இறப்பும்.'

'என் அண்ணன் கிழிந்த வஸ்திரமாகச் சாகவில்லை சுவாமி. இளம் வயது. பண்டிகைக்குக் கடைத்தெரு சென்று எல்லோருக்கும் புதிய வஸ்திரங்களை வாங்கிக்கொண்டு தன் பாட்டுக்கு நடந்து

சென்றான். உலகத்துக்கு எந்தத் தீங்கும் செய்யவில்லை. தீவிரவாதிகளால் கொளுத்தப்பட்டான். இது எந்தக் கீதையில் நியாயம்?' அந்த மென்மையான பெண்ணிடமிருந்து இத்தனை ஆழமான கேள்வி சுவாமியையும் ஆச்சரியத்தில் ஆழ்த்தியது.

'உனக்குப் புரிய வயது போதாது. சாவே இல்லை எனும்போது சாவுக்கு நியாயம் ஏது, அநியாயம் ஏது? மாரிஸ் மீட்டர்லின்க் சொன்னபடி We are the prisoners of an infinity without outlet, wherein nothing perishes, where everything is dispensed and nothing is lost. இப்போது வாழ்வைப் பற்றிப் பேசுவோம். அஷோக்கை நீ திருமணம் செய்துகொள்ளப் போவதாக பகவான் என்னிடம் சொன்னார்.'

'அஷோக் இதைப் பற்றிச் சொன்னார். எனக்கு வியப்பாக இருந் தது. என்ன சொல்வது என்று திகைக்கிறேன்.'

'நீ வருவாய் என்பது எனக்கு எப்படித் தெரிந்தது? ஞானக் கண் மூலம். உனக்கு ஞானக் கண்ணில் நம்பிக்கை உண்டா? லாப்சாங் ராம்பா படித்திருக்கிறாயா? த தர்ட் ஐ!'

அவள் அவரை மையமாகப் பார்த்துப் புன்னகைத்தாள். சுவாமி தன் கையிலிருந்த ஒரு மோதிரத்தைக் கழற்றி அவளிடம் கொடுத்து, 'இதை அஷோக்குக்குப் போடு' என்றார். தயங்கி னாள். நான் என்னை அறியாமல் கை நீட்டிக் கொண்டிருந்தேன். சற்று நேரம் தயங்கினபின் 'ஒய் நாட்?' என்று தோளைக் குலுக்கி விட்டு அதை எனக்கு அணிவித்தாள். அவள் கை மென்மையாக இருந்தது. அந்தத் தொடுகையில் ஓர் இன்பம் இருந்தது.

'உங்கள் திருமணம் முடிந்தது' என்றார்.

நான் அவளைப் பார்த்தேன். வண்டி விழுப்புரத்தில் வந்து நின்றது. 'அஷோக்! நான் என் பெட்டிக்குச் சென்றுவிடுகிறேனே' என்றாள். அவசரமாக பிளாட்பாரத்தில் இறங்கி அவளை வேகமாக அடுத்த பெட்டிக்கு அழைத்துச் செல்லும்போது, 'இந்த மோதிர சமாசாரத்தை சீரியஸாக எடுத்துக்கொள்ளாதே. சுவாமி நல்ல ஆத்மா. நம்மை மகிழ்விக்க சிறுவனைப் போலச் செய்த காரியம் அது' என்றேன்.

'கல்யாணம் என்பது விழுப்புரம் ரயில் நிலையத்தில் ஒரு மோதிரம் போட்டுக்கொண்டால் போதும் என்று நீங்கள் எண்ணாதவரை இதில் எனக்குக் கோபமில்லை' என்றாள்.

மீண்டும் முதல் வகுப்புக்கு வரும்போது ஆர்பிஎஃப் சூப்ரண்ட் ஒருவர் 'மிஸ்டர் அஷோக்! இந்த மெஸேஜ் மைக்ரோவேவ் சானல்ல வந்தது, உங்ககிட்ட உடனே காட்டும்படியா...'

நான் அதைப் படித்தேன். டெலிடைப்பில் அடித்திருந்த வாசகங்கள்.

'சுவாமி ராத்திரிக்குள் இறந்து போவார் என்று தொலைபேசியில் யாரோ கூப்பிட்டுச் சொன்னதாக இன்ட்டெலிஜென்ஸ் ரிப்போர்ட் வந்திருக்கிறது. ஆவன செய்யவும்.'

நான் ஆர்பிஎஃப் அதிகாரியைப் பார்த்தேன். அவர் முகத்தில் கலவரம் தெரிந்தது.

'உங்க பேரு?'

'லாரன்ஸ் சார்'

'இந்த ஸ்டேஷன்ல பாம் டிடெக்ஷன் உபகரணங்கள் ஏதும் இருக்கா?'

'இல்லை, ஹெட் க்வார்டர்ஸ்ல சென்னைலதான் இருக்கு. மெட்டல் டிடெக்டர்ஸ் வச்சிருக்கோம். இப்ப என்ன செய்யறது?'

'அடுத்தது என்ன எக்ஸ்பிரஸ்?'

'ராக்ஃபோர்ட்னு நினைக்கறேன். இப்பத்தான் ஒரு வண்டி செங்கல்பட்டு தாண்டியிருக்கு.'

நான் உடனே தீர்மானித்தேன். 'ரிஸ்க் எடுக்கவேண்டாம். பெட்டி பெட்டியா சோதனை போடணும். உங்க ஆர்பிஎஃப் ஜவான்கள் அத்தனை பேரையும் கூப்பிடுங்க. அதுவரைக்கும் வண்டி போகக்கூடாது. கார்டையும் எஸ்.எம்.மையும் கூப்பிடுங்க.'

'பாசஞ்சர்களை இறங்கச் சொல்லணுமா?'

'ஆமாம், தேவைப்பட்டா ஸ்பெஷல் ரயிலிலோ அடுத்த ரயில்லயோ அனுப்ப வேண்டியிருக்கும்.'

'ரொம்ப கலாட்டா ஆயிடுங்க.'

'பாம் வச்சிருக்கலாம்னு சொன்னாத்தான் கலாட்டா ஆகும். எதுக்கு செக் பண்றோம்னு சொன்னா ஒழுங்கா காலி

பண்ணிடுவாங்க. சொன்னதைக் கேப்பாங்க. உங்க சாமர்த்தியத்தைப் பொருத்திருக்கு.'

'இந்த தரித்திரம் புடிச்ச சாமியாருக்கு இது மூணாவது வாட்டிங்க. முந்தின ரெண்டு வாட்டியும் ஃபால்ஸ் அலாரம்தாங்க.'

'இருந்தாலும் ரிஸ்க் வேண்டாம். அவங்க அவங்க உடைமைகளைக் கைல கூடவே எடுத்துக்கிட்டு எல்லாரும் இறங்கிறட்டும். மிச்சமிருக்கிறதை அப்புறப்படுத்திரணும். பக்கத்தில் போலீஸ் ஸ்னிஃபர் டாக்ஸ் ஏதும் இருக்கா?'

'எல்லாம் சென்னையிலிருந்துதான் வரவழைக்கணும். இந்த மாதிரி நடுராத்திரி நடுவாந்திர ஸ்டேஷன்கள்ல வசதி போதாதுங்க.'

'அப்ப ஒரு வழிதான் இருக்கு. வண்டி பூரா காலி பண்ணிட்டு பெட்டி பெட்டியாப் பாத்துரணும். பவர்ஃபுல் டார்ச்சாவது கொண்டாங்க. இல்லை வாங்குங்க. நான் சுவாமியை முதல் வகுப்பு வெய்ட்டிங் ரூமுக்கு அழைச்சுட்டுப் போக ஏற்பாடு பண்ணிர்றேன். அதிகம் பயமுறுத்தாம நட்போட சாந்தமா பயணிங்ககிட்ட பேசுங்க. ஒத்துழைப்பாங்க. பதட்டமில்லாம ஒருத்தர் ஒருத்தரா எறங்கட்டும். முதல்ல முதியோர்கள், குழந்தைகள், பெண்கள் அப்புறம் இளைஞர்கள்.'

லாரன்ஸ் செல்லும்போது, 'கழுத்தறுப்பு, பேஜாருப்பா இந்த சாமியாருங்களோட' என்று அலுத்துக்கொண்டு சென்றார். வண்டி, தூங்கும் மலைப்பாம்புபோல தனக்குள் பொதிந்திருக்கும் அபாயத்தை அறியாமல் கவலை இல்லாமல் ப்ளாட்பாரத்தில் படுத்திருந்தது. சுவாமியிடம் சென்றேன். அப்போதுதான் படுத்துக் கொண்டிருந்தார். கதவை இருமுறை தட்டியதில் திறந்தார். பல்செட்டை அவசரமாக அணிந்து கொண்டார்.

'சுவாமி! கொஞ்சம் சிரமம் கொடுப்பதற்கு மன்னிக்கவும்.'

'என்ன?'

'ஒரு இன்டெலிஜன்ஸ் மெஸேஜ் வந்திருக்கு. உங்க உயிருக்கு ஆபத்துன்னு.'

'பாமா?'

‘ஏதும் தெரியல... சாதாரணமா ரயில்ல வெக்கறது தமிழ் நாட்டு வழக்கம். பாம் வெச்சுட்டு டைமரை செட் பண்ணிடுவாங்க. அதைக் கண்டுபிடிச்சாகணும். அதனால நீங்க உங்க பத்திரத்துக் காக இறங்கிக்கணும்.’

‘எல்லாருடைய பத்திரமும்தான் முக்கியம்பா.’

‘எல்லாரையும்தான் இறங்கச் சொல்லப் போறேன்.’

‘அவங்க எல்லாரும் எறங்கினப்புறம் எறங்கிக்கறேனே.’

‘சுவாமி! எனக்கு நிறைய ஜோலி இருக்கிறது. கொஞ்சம் ஒத்துழைங்க. இன்னும் பெட்டி பெட்டியா அலையணும்.’

‘அஷோக்! எனக்கு அழைப்பு இன்னும் வரலப்பா. இது எல்லாமே வெட்டி வேலை. நான் இப்ப சாகமாட்டேன்.’

‘இருக்கலாம் சுவாமிஜி, ஆனா நான் ரிஸ்க் எடுக்க விரும்பலை. கொஞ்சம் ஒத்துழைத்தா எங்களுக்கு நல்லது.’

‘ரயில் போகாதா?’

‘ஒரு ரெண்டு மணி நேரமாவது ஆகும். முதல்ல பயணிகளை இறக்கப் போகிறோம். பின்னாலதான் தீர்மானிப்போம். சந்தேகம் இருந்தா ஒரு பாசஞ்சர்லயும் அடுத்து வர்ற எக்ஸ் பிரஸ்லயும் அனுப்புவோம். உங்களுக்கு நாளைக்கு மதுரைக்குப் போய்த்தான் ஆகணுமா?’

‘ஆமாம்பா, காலைலருந்து ப்ரோக்ராம்.’

‘அப்ப உங்களுக்கு ஒரு டாக்ஸியும் எஸ்கார்ட்டும் ஏற்பாடு செய்யறமே.’

‘இதெல்லாம் அனாவசியம் என்று எனக்கு உள்ளுணர்வு தோன்றுகிறது. வண்டில பாம் இல்லை.’

‘இருந்தும் என் கடமையைச் செய்யவேண்டியது முக்கியம். நீங்களே சொல்லியிருக்கிறீர்களே, என் கடமை உங்க பத்திரம், ரிஸ்க் எடுக்காம உயிர் சேதத்தைத் தவிர்க்கிறது.’

சுவாமி வண்டியிலிருந்து இறங்க அவரை மிகப் பாதுகாப்பாக ஸ்டேஷன் மாஸ்டர் அறையில் உட்கார வைத்தேன்.

சீடர்கள் இன்னும் உறங்கிக்கொண்டிருக்கவேண்டும். ஆர்பிஎஃப் அதிகாரி மெல்ல, தூக்கத்தில் எழுப்பிய, பிரமிப்பு நீங்காத பயணிகளை ஒவ்வொருவராக இறக்கிக்கொண்டிருந்தார்கள்.

'இந்த நாடு எங்க போறதுன்னே தெரியல' என்று ஒரு தாத்தா சிமெண்ட் பெஞ்சில் உட்கார்ந்தவாறே பொதுவாகச் சொல்லிக் கொண்டிருந்தார்.

'சாமியார்ங்கள்லாம் ப்ளேன்ல போகவேண்டியதுதானே? இல்லை ஸ்பெஷல் ரயில் விடறது...'

சூப்ரண்ட் வந்து 'எல்லா பெட்டியையும் பார்க்கணுமா? இல்லை, ஃபர்ஸ்ட் ஏஸிக்கு இந்தப் பக்கம் அந்தப் பக்கம் செக் பண்ணாப் போதுமா?' என்றார்.

ஏசி ஸ்லீப்பரில் நுழைந்தபோது ப்ருந்தா தூங்கிக் கொண்டிருந் தாள்.

நான் சற்றுத் தயக்கத்துடன் அவுட் லுக் இதழால் அவள் தோளில் தட்டினேன். திடுக்கிட்டு எழுந்தாள்.

'மதுரை வந்துருச்சா?' என்றாள்.

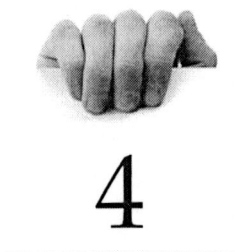

4

'மதுரை இன்னும் வரலை. விழுப்புரம்தான் வந்திருக்கோம். ஆனா, நீ இறங்கணும்.' ப்ருந்தா ஏன் என்று புரியாமல் என்னைப் பார்த்தாள்.

'முதல்ல இறங்கு சொல்றேன். சாமான் பெட்டிகளை எடுத்துக்க.'

'வண்டி போகாதா?' என்று தன் சிறிய பெட்டி யையும் கைப்பையையும் ஊது தலையணை யையும் எடுத்துக்கொண்டு தொடர்ந்தாள். மற்ற பயணிகள் ஒவ்வொருவராகத் தூக்க விழி களுடன் வண்டியை விட்டு வெளிவந்து கொண்டிருந்தனர்.

'சம்பத்து, சந்தானம், பாச்சு! எந்திரிடா, செக் பண்றாளாம்' போன்ற குழப்ப சப்தங்கள் கேட்டன.

'சார், நீங்க போலீசா? என்ன சார் அநியாயம் இது? நடுராத்திரில பாதில இறங்கச் சொல் றீங்களே...'

'எல்லாம் உங்க பத்திரத்துக்குத்தாங்க. ஒரு மெஸேஜ் வந்தது. அதைப் புறக்கணிக்க முடியுமா?'

'ஏய், அவர் சொல்றது சரிதாண்டா. நீங்க செக் பண்ணுங்க சார். லேட்டா போனாலும் உயிரோட போகலாம்.'

'தட்ஸ் த ஸ்பிரிட்.'

ப்ருந்தாவிடம் 'இந்த பெஞ்சில உட்காருங்க. டீ கொண்டு தரச் சொல்றேன்.' என்றேன்.

'என்னங்க விஷயம்?'

'சாமியாரைக் கொல்றதா த்ரெட் வந்திருக்கு.'

'அந்த நல்ல மனுஷனைப் போய் யார் கொல்வாங்க?' என்றாள்.

'இவருக்கும் விரோதிங்க இருக்காங்க. பெங்களூர்லயும் மதுரைலயும் போன வருஷம் சாமி பேசின பேச்சு வன்முறையைக் கிளப்பிச்சு. இப்பல்லாம் அந்த மாதிரி அவர் பேசறதில்லை. இருந்தாலும், அதன் பின் விளைவு இன்னும் போகலை.'

'இப்ப என்ன?'

'வண்டி பூரா சோதனை போட்டுட்டு க்ளியர் பண்ணப்புறம்தான் புறப்படும். நாளைக்கு உங்களுக்கு எத்தனை மணிக்கு முகூர்த்தம்?'

'அது வந்து.... பத்து மணிக்குன்னு நினைக்கிறேன். மதுரை போனாப் போதும்.'

'போயிருவோம். லேட்டாப் போகும். அதனால அசௌகரியம். உக்காந்திரு ப்ருந்தா. நான் சாமியாரைப் போய்ப் பார்த்துட்டு பத்திரப்படுத்திட்டு வர்றேன். எஸ்.எம் ரூம்ல உக்காத்தி வெச்சிருக்கேன்.'

அங்கு நான் போனபோது, சஞ்சலம் இல்லாமல் சர்க்கார் நாற்காலியில் நேராக உட்கார்ந்திருந்தார் சுவாமி. சிஷ்யர்கள் மூன்று பேர் வாசலில் காவல் காத்திருக்க, ஒருவர் சிறிய கிளாசில் அவருக்கு டீ கொண்டுவந்து கொடுத்தார்.

'சர்க்கரை போடலியே?' என்றார் ஒரு சீடர்.

என்னைப் பார்த்ததும் 'என்ன அஷோக், என் ஒரு ஆத்மாவினால் எத்தனை தொந்தரவு ஆனது பாரு.'

'பெரும்பாலான பெட்டிகளைச் சோதிச்சுட்டோம், ஏதும் சந்தேகப்படும்படியா இல்லை.'

'நான் சொன்னேனே அஷோக், எதுக்காக படபடப்பும் பர பரப்பும்? என் போன்ற அற்பமானவனைக் கொல்றதால யாருக்கு என்ன பிரியம்?'

'என்னவோ பொலிட்டிக்கல் ஸ்டேட்மெண்ட் சுவாமி. நான் கவனிச்சவரை உலகத்தில எல்லாருக்கும் விதிவிலக்கில்லாம ஒரு எதிரியாவது இருக்காங்க. இந்தாளு செத்துப் போய்ட்டா நல்லதுன்னு நினைக்கறவங்க இருக்காங்க. காந்திக்கு, ஜான் லென்னனுக்கு, கென்னடிக்கு, மார்ட்டின் லூதர் கிங்குக்கு இல்லையா?'

'மனத்தினுடைய விசித்திரங்களால வருது. நான் போனாலும் பரவால்லை. என்னோட ஒண்ணுமறியாத மக்களை பெரிய அபாயத்துக்கு உள்ளாக்கறதுதான் சரியில்லை.'

அப்போது என்னிடம் லாரன்ஸ் வந்து சொன்னார். 'ஆறு பெட்டியைப் பாத்துட்டோம், மற்றதில பாம் இருக்க சான்ஸ் இல்லைங்க, கிளம்பிரலாம்.'

'எப்படிச் சொல்ல முடியும்?' என்றேன்.

'சுவாமி எந்தப் பெட்டில போகிறார்ங்கறது நம்மைவிட அவங் களுக்குச் சரியா தெரிஞ்சிருக்கும்ங்கற யூகம்தான்' என்றார்.

'எதுக்கும் மற்ற பெட்டிகளையும் மேலாக சோதிச்சுருங்க. பாசஞ்சர்களை இறக்கவேண்டாம். கொஞ்சம் டயம் மிச்சமாகும். சுவாமி, ரயில் புறப்பட இன்னும் ஒரு மணி நேரமாவது ஆகும். உங்களை வேணும்னா பாதுகாப்போட ஒரு டாக்சி ஏற்பாடு பண்ணி மதுரைக்கு அழைச்சுட்டு போகட்டுமா?'

'இல்லை அஷோக், விழா நாள் முழுவதும் உள்ளது. சாயங் காலம் தான் ஊர்வலம். அதுக்குள்ள போய்ச் சேர்ந்துட்டாப்

போதும். மற்ற பேர் அதுவரைக்கும் சமாளிப்பாங்க. ஒரு பெரிய அபாயத்துக்குக் காரணமா இருந்துட்டு வண்டியைப் புறக்கணிக்கிறது துரோகச் செயலாப் படுது. என்னாலதான் இந்தத் தாமதம். அந்தத் தாமதத்தின் விளைவுகள் எனக்கும் ஏற்படணும்' என்றார்.

'சரி, உட்கார்ந்திருங்க. நான் மற்ற காரியங்களைக் கண்காணிக்க வேண்டும்.'

'அந்தப் பெண்ணை வரச் சொல். சற்று நேரம் பேசிக் கொண்டிருக் கிறேன்.'

ப்ருந்தாவிடம் சென்றேன். சிமெண்ட் பெஞ்சில் சாய்ந்து கோழித் தூக்கம் தூங்கிக்கொண்டிருந்தாள். ஒரு முறை என்னைப் பார்த்ததும் முழுவதும் கண் விழித்தாள்.

'ப்ருந்தா! சாமியாருக்கு உன்னைப் பிடிச்சுப் போச்சு, கூப்பிடறார்.'

'எதுக்கு?' என்றாள்

'பேச்சுத் துணைக்குத்தான். வண்டி புறப்பட இன்னும் ஒரு மணி நேரமாவது ஆகும்.'

தன் உடைமைகளை எடுத்துக்கொண்டு 'எங்க இருக்கார்?' என்றாள்.

'நேராப் போனா எஸ்.எம் ரூம்ல இருக்கார்.'

அவள் சென்றதும் நான் துரிதமாக சோதனை வேலையைத் தொடர்ந்தேன். பயணிகள் தூக்கத்தில் இருந்ததால் அதிகம் கலவரம் ஏற்படவில்லை. தேவைப்பட்டபோது மட்டும் எழுப்பி னோம். இருந்தாலும் பலர் கடுப்பில் இருந்தார்கள். குறை சொல்லிக்கொண்டு வந்தார்கள்.

'ஸ்டேஷனுக்குள் வர்றப்ப வண்டிய செக் பண்ணி அனுப்ப மாட்டாங்களா?'

'பூட்டித்தான் வெச்சிருக்கோம். ஆனா யார்டில இருக்கறப்ப பல விதங்களில் பத்திரக்குறைவு ஏற்படுது. காவலுக்கு ஆள் பத்தா துங்க.'

‘முழுவண்டிக்கு ஒரே ஒரு ஆர்பிஎஃப் ஜவான்னா, எப்படிங்க?’

‘பயமுறுத்தல்தான். நிச்சயம் வெடிப்பொருள் இருக்காது. இருந்தாலும் உங்க நன்மைக்காக இந்தத் தாமதத்தை நீங்க சகிச்சுக்கத்தான் வேணும்.’

‘காலைல மதுரைல ஒரு இண்டர்வியூ இருக்கு சார், ஒம்பது மணிக்கு’ என்றான் ஒரு இளைஞன்.

‘லெட்டர் கொடுக்கறேன். காரணம் தவிர்க்க முடியாம இருக்கிற தால இண்டர்வியூவ ஒத்திப்போடச் சம்மதிப்பாங்க.’

‘அதுக்குள்ள வேலை போய்டும் சார்.’

‘அப்ப செக்கிங் வேணாம்கறிங்களா?’ என்றேன் ஆயாசத்துடன்.

‘பண்ணுங்க, பண்ணுங்க... கொஞ்சம் சீக்கிரமாப் பண்ணுங்க...’

லாரன்ஸ் ஏழாவது பெட்டியில் இருந்த ப்ளாஸ்டிக் பையை எடுத்து வந்து, ‘இது ஒண்ணுதான் யாரும் க்ளெய்ம் பண்ணாம இருந்தது. திறக்கலாமா?’ என்றார்.

‘கேர்ஃபுல்! திறந்து வெச்சிருக்கா?’

‘ஜிப் போட்டு மூடிருக்கு.’

‘திறந்தா ஆக்டிவேட் ஆய்டும். அப்படியே எடுத்துட்டு தள்ளிப் போய் வெக்கறதுதான் உத்தமம்.’

நான் பையைப் பார்த்தேன். ரெக்ஸின் பை. பச்சையும் மஞ்சளும் கலந்து மூடப்பட்டு, ஜிப்பில் ஒரு கொட்டைப் பாக்குப் பூட்டு போட்டிருந்தது. மெல்ல லேசாகக் கையால் அழுத்திப் பார்த்தேன். மெத்து மெத்தென்று துணி இருந்தது. காதருகில் வைத்தேன். டிக்டிக் சப்தம் கேட்டது. உடனே வைத்துவிட்டேன்.

‘ஒதுங்கிருங்க. டைமர் இருக்காப்ல தெரியுது. ஈஸி. ஈஸி. யாரா வது பெரிசா குச்சி ஏதாவது வச்சிருக்கிங்களா? ஸ்டேஷன்ல ஒட்டடை அடிக்க?’ எல்லோரும் ஒதுங்கினார்கள். ‘கொடிக் கொம்பால் அப்புறப்படுத்தி தூரத்தில் வைத்துவிடலாம்’ என்றார் சூப்ரண்ட்.

இப்போது கிட்டே போக பயப்பட்டார்கள். எனக்குக் கைகளில் குளிரிலும் வியர்வை துளிர்த்தது. எந்த நிமிஷமும் வெடிக்கலாம். மெல்ல ஏதோ ந்யூக்ளியர் சமாசாரம் போல அதைக் கொடிக் கம்பில் தொங்கவிட்டு, ஒருமுறை அது வழுக்கியபோது காதைப் பொத்திக் கொண்டார்கள். இதயம் ஒரு துடிப்பு தடுமாறியது. நல்லவேளை, அப்போது கூட்டத்தில் இருந்த ஒருவர், 'அந்த பேக் என்னதுங்க' என்றார் தெளிவாக.

'நாசமாப் போச்சு. ஏன்யா முதல்லயே சொல்லலை?'

'இப்பத்தான் பாத்தேன். சீட்டுக்கு அடியிலே வெச்சத மறந்துட்டேன்.'

'உள்ளுக்குள்ள என்னய்யா சத்தம் கேக்குது?'

'அது வந்துங்க... அலாரம் கடிகாரம்ங்க. சைனா பஜார்ல வாங்கினேன். என் மச்சினிக்கு பரீட்சைக்கு படிக்க.'

'உன்னால பாரு!'

'சரியான தூக்கத்தில மறந்துட்டங்க. ஒரு ஓல்டால், ரெண்டு பெட்டி, கூஜான்னு ஞாபகம் இருந்தது. அப்புறம் இவதான் சொன்னா, மஞ்சப்பையக் காணமேன்னுட்டு.'

'நல்ல காரியம் பண்ணே!' எனக்கு நடுக்கம் தீர்ந்து சிரிப்பு வந்தது. பயம் என்பது எத்தனை வலுவான ஆயுதம் என்று மீண்டும் உணர்த்தப்பட்டேன்.

இதற்கு முன் கோஹிமா எல்லையில் ஒரு ரைஃபிள் எனக்கு நேராகக் காட்டப்பட்டு, அதன் ட்ரிகர் தட்டப்பட்ட க்ளிக் கேட்ட போது பயந்தேனே, அதே பயம்.

'பயக்ருத் பயநாசன' என்று சுவாமி சொன்னது ஞாபகம் வந்தது.

காலை ஐந்து மணி ஆகிவிட்டது. சூப்ரண்ட் 'இட்ஸ் ஆல் க்ளியர்' என்று சொல்ல, ஸ்டேஷனிலேயே பலர் பல் தேய்த் தார்கள். டீ, காப்பி கெட்டில்காரர்களுக்கு சுறுசுறுப்பாக வியா பாரம் ஆயிற்று.

பயணிகள் அனைவரும் தம் பெட்டிகளுக்குத் திரும்பிவிட, எஸ்.எம் கார்டு கொடுத்த எல்லாக் காகிதங்களிலும் கையெழுத்து

இட்டேன். பயணிகள் இருக்கைகளுக்குத் திரும்பவும் என்று மீண்டும் மீண்டும் ஒலிபெருக்கியில் அறிவிப்பும் செய்தோம்.

நான் சிகரெட் பற்றவைத்துக்கொண்டு மெல்ல சுவாமி இருந்த அறைக்குச் சென்றேன். அதை அவசரமாகப் பிடித்துப் போட்டு மிதித்துவிட்டு உள்ளே நுழைந்தேன்.

சுவாமி நாற்காலியில் வீற்றிருக்க கால்மாட்டில் சிஷ்யர்கள் வீற்றிருக்க ப்ருந்தா விளிம்பில் மண்டியிட்டு உட்கார்ந்திருந்தாள். அவள் முதுகின் பரப்பும், லேசாகத் தெரிந்த உள்ளாடையும், முழங்கையின் அழகான முடிச்சும், உடம்பில் இருந்த அலுப்பும், அங்க வளைவும், தங்க நிறமும், 'இதெல்லாம் எனக்கா?' என்றேன் மனசுக்குள்.

'அஷோக், என்ன எல்லாம் சுகமா?'

'ஆம் சுவாமி, இனி அபாயம் ஏதும் இல்லை.'

'நான் சொன்னது சரிதானே... எனக்கு இன்னும் வேளை வரவில்லை என்பது சரிதானே?'

'சரிதான். அதைப் பரிசோதனை செய்தபின்தான் எங்களைப் போன்ற பாமரர்களால் தெரிந்துகொள்ள முடிகிறது.'

'ப்ருந்தா, நீ என்ன சொல்கிறாய்?'

'சுவாமி, உங்களிடம் இதுவரை பேசிக்கொண்டிருந்ததை நான் பாக்கியமாகக் கருதுகிறேன். நிறைய விஷயங்கள் தெளிவாயின. என் அண்ணன் இறந்ததன் காரணம் புரிந்தது.'

காவி உடை அணிந்த ஒரு பெண் இனிமையாகப் பாடிக் கொண்டிருந்தாள். சுவாமி, ப்ருந்தாவைப் பார்த்தார்.

'அருகில் வா மகளே. உனக்கு எல்லா சௌபாக்கியங்களும் உண்டாகட்டும். உனதிஷ்டப்படி உன்னை வரிப்பதற்காக வந்திருக்கும் இந்த அருமையான, கடமை உணர்ச்சி மிக்க இளைஞனை விவாகம் செய்துகொள். மூன்று புத்திரர்களைப் பெறுவாய். அவர்களுக்கு மதுசூதனன், நாராயணன், கோவிந்தன் என்ற பெயரிடுவாய். மதுரையில் என்னை வந்து சந்திக்க முடியாவிட்டால் சென்னைக்கு வந்தால் அடுத்த மாதம் சலிவன்

தோட்டத்தில் உள்ள எங்கள் ஆசிரமத்துக்கு வந்து சந்திக்கலாம். சர்வ மங்களமும் உனக்கு உண்டாகட்டும்' என்று அவளை ஆசிர்வதித்தார்.

'அஷோக் வா!'

நானும், அவளுடன் சேர்ந்து ஆசிர்வாதம் பெற்றேன். எனக்கு பேருவகை தருமாறு எங்கள் இரு கரங்களையும் அவர் இணைத் தார். அவள் கைவிரல்கள் என் விரல்களுடன் கோத்துக் கொண் டன. சற்று நேரம் தாமதித்து விடுவித்துக்கொண்டாள்.

'சுவாமி! எனக்கு ஒரு கையெழுத்துப் போட்டுக்கொடுக்க வேண்டும்' என்று தன் கைப்பையிலிருந்து ஒரு ஆட்டோகிராப் புத்தகத்தை எடுத்து தன் பேனாவைத் திறந்துகொடுத்தாள்.

சுவாமி அதில்,

'இன்பம், துன்பம் வெற்றி, தோல்வி, இழப்பு, பேறு இவற்றை நிகர் எனக்கொள். யாரும் சாவதில்லை.

-கிருஷ்ணதாசன் ராஜ பண்டிதன்'

என்று எழுதிக்கொடுத்தார்.

ப்ருந்தா அதை வாங்கிக் கண்களில் ஒத்திக்கொண்டாள். அதன் பின், 'சுவாமி! என் அண்ணன் இறந்தது சென்ற வருடம் தங்கள் பொதுக் கூட்டம் ஒன்றுக்குப் பிறகு ஏற்பட்ட வன்முறையால். கும்பலாக வந்தார்கள். பெயர் கேட்டார்கள். கமல்நாத் என்பதை அவன் தாடியைப் பார்த்து கமால் கான் என்று கொண்டு, என்ன கெஞ்சியும் கேட்காமல் உயிரோடு கொளுத்தினார்கள்.'

'அவன் ஆத்மா அழியவில்லை பெண்ணே!'

'அது உண்மை என்றால், சொர்க்கத்துக்குப் போகும் உங்கள் ஆத்மா என் அண்ணனின் ஆத்மாவைச் சந்தித்து நான் விசாரித்ததாகத் தகவல் சொல்லட்டும்.'

ப்ருந்தா அதன்பின் தன் கைப்பையிலிருந்து ஒரு பிஸ்டலை எடுத்து சுவாமி ராஜ பண்டிதரின் மார்பில் வைத்து அழுத்தி னாள்.

சகலமும் உசுப்பப்பட்டு நான் அவள் மேல் பாய்ந்து பிடிப்பதற்குள் நேராகச் சுட்டாள்.

அதன் புல்லெட் அவரைத் துளைத்து சுவரில் ரத்தக் கோடிட்டது.